Litli Leiðinlegur Prinsinn

Kafli I.

Hann var fallegasti prins sem alltaf fæddist.

Enda prins, þá sögðu menn þetta; og það var satt. Þegar
hann horfði á kertið, höfðu augu hans alvarlegan svip á
nýfæddu barni. Nef hans var vatnalaga; yfirbragð hans var
hollt; hann var kringlóttur, feitur og beinlínis - glæsilegt
barn.

Faðir hans og móðir, konungur og drottning nómanlands,
og þegnar þeirra voru stoltir og ánægðir, eftir að hafa beðið
í tíu ár eftir erfingja. Eina manneskjan, sem var ekki alveg
ánægð, var bróðir konungs, sem hefði verið konungur,
hefði barnið ekki fæðst, en tign hans var mjög góð við hann
og veitti honum hertogaríki eins mikið og land.

Skírn prinsins átti að vera stórmál; voru valdir honum fjórir
og tuttugu guðfeður og guðmæður, sem hver um sig varð
að gefa honum nafn, og lofa að gera sitt besta fyrir
hann. Þegar hann kom til fullorðinsára varð hann sjálfur að
velja nafnið - og guðföðurinn eða guðmóðurina - sem
honum líkaði best.

Allt var fagnandi og þeir ríku gáfu kvöldverði og veislur
fyrir fátæka.

Eini hljóðláti staðurinn í höllinni var herbergið, þó að
prinsinn væri sex vikna, þá hafði móðir hans, drottningin,
ekki hætt. Enginn hélt að hún væri veik þar sem hún sagði
ekkert um það sjálf, en lá föl og róleg og gaf engum
vandræði.

Skírdag kom loksins og hann var eins yndislegur og prinsinn sjálfur. Allt fólkið í höllinni var fallega klætt í fötin sem drottningin hafði gefið þeim.

Sex um morguninn hafði allt konungshúsið klætt sig í sitt besta; og þá var litli prinsinn klæddur í glæsilegu skírnarskikkjuna sína; sem honum líkaði alls ekki, en sparkaði og öskraði eins og hvert venjulegt barn. Þegar hann hafði róast báru þeir hann að rúminu þar sem drottningin lá.

Hún kyssti og blessaði hann og þá gaf hún hann upp með milt brosi og sagði að hún „vonaði að hann yrði mjög góður, að það yrði mjög fín skírn og allir gestir myndu njóta sín," og snéri friðsamlega við rúmið hennar. Hún var mjög ókvænt manneskja - drottningin og hét dolorez.

Allt gekk eins og hún hefði verið til staðar. Allt, jafnvel konungurinn sjálfur, hafði vanist fjarveru hennar, því hún var ekki sterk og í mörg ár hafði hún ekki tekið þátt í gleðinni. Hið göfuga fyrirtæki kom frá mörgum löndum; einnig fjórum og tuttugu guðfeðrum og guðmæðrum, sem valdir höfðu verið með aðgát, sem fólkið sem myndi nýtast konunglega hátign hans ef hann vildi einhvern tíma eiga vini.

Þeir komu og gengu tveir og tveir með kórónur sínar á höfðinu - hertogar og hertogaynjur, höfðingjar og prinsessur; þeir kysstu allir barnið og sögðu nafnið sem hver hafði gefið honum. Þá voru fjögur og tuttugu nöfnin hrópuð út, hvert á eftir öðru, og skrifuð niður, til að geyma í ríkisbókunum.

Allir voru sáttir nema litli prinsinn, sem stundi dauflega undir skírnarskikkjunum, sem náðu að kæfa hann.

Þó að fáir vissu það, þá hafði prinsinn, sem kom til
kapellunnar, lent í slysi. Ung stelpa, sem hafði skyldu til að
bera hann til og frá kapellunni, hafði verið svo upptekin af
því að raða lestinni með annarri hendinni, að hún hrasaði
og lét hann detta. Hún sótti hann - slysið var svo lítið að
það virtist varla þess virði að tala um það. Barnið var orðið
föl, en grét ekki. Enginn vissi að eitthvað væri að. Jafnvel
þótt hann hefði vælt, þá voru silfurlúðrarnir nógu háværir
til að drukkna rödd hans. Það hefði verið leitt að láta
nokkuð vanda slíkan dag.

Svona ferli! Boðar blátt og silfur; blaðsíður í crimson og
gulli; og sveit lítilla stúlkna í töfrandi hvítu, með
blómakörfur, sem þær teygðu alla leið fyrir barnið og
hjúkrunarfræðinginn, - loksins fjórir og tuttugu guðfeður og
guðmæður, glæsilegt að líta á.

Prinsinn var eingöngu blúndur og muslín og hefði ekki
verið fyrir tjaldhiminn af hvítum satín- og strútfjöðrum,
sem var haldið yfir hann hvenær sem hann var borinn, þá
hefði nærvera hans verið óséð.

"það er alveg eins og ævintýraland," sagði ein lítil
blómastelpa við aðra, "og ég held að það eina sem prinsinn
vilji núna sé ævintýragóðir."

"gerir hann það?" sagði skelfileg, en mjúk og ekki óþægileg
rödd og sást ekki manneskju sem er ekki stærri en barn.

Hún var skemmtilega lítil, gömul, gráhærð, gráeygð kona,
klædd öllum gráum litum.

"passaðu þig og ekki láta barnið detta aftur."

Grand hjúkrunarfræðingurinn byrjaði og skolaði reiður.

„kerling, þú verður nógu góð til að segja ekki,, barnið "heldur,, prinsinn ". Haltu í burtu; konungleg hátign hans er bara að sofa.

"ég verð að kyssa hann, ég er guðmóðir hans."

"þú!" hrópaði glæsileg dama-hjúkrunarfræðingurinn.

"þú !!" hrópaði allur dómstóllinn og boðberar fóru að blása í silfur lúðra, til að stöðva samtalið.

Þegar gangan myndaðist til að koma aftur, stóð gamla konan á efsta þrepinu og teygði sig á tánum með hjálp stafsins og gaf litla prinsinum þrjá kossa.

"taktu þig af vegi," hrópaði hjúkrunarfræðingurinn, "eða skal konungi strax tilkynnt."

"konungurinn veit ekkert um mig," svaraði gamla konan með áhugalausu lofti. "vinkona mín í höllinni er kona konungs. Ég þekki tign hennar vel og ég elska hana og barn hennar. Og þar sem þú létir falla honum í marmarastigann vel ég að taka hann fyrir mína eigin. Ég er guðmóðir hans, tilbúinn að hjálpaðu honum hvenær sem hann vill mig. "

"þú hjálpar honum!" hrópaði hópurinn hlæjandi. Litla gamla konan veitti engum gaum og mjúku gráu augun hennar beindust að prinsinum sem brosti til hennar aftur.

"hátign hans skal heyra af þessu," sagði heiðursmaður í bið.

„tign hans mun heyra alveg nógu margar fréttir eftir eina eða tvær mínútur," sagði gamla konan sorgmædd og kyssti litla prinsinn í ennið. "vertu prins dolor, til minningar um dolorez móður þína." allir byrjuðu.

"gamla konan, þú ert mjög illa ræktuð," hrópaði kona í
bið. "jafnvel þó þú vissir það, hvernig vogaðir þú þér að
gefa í skyn að tignarlegasta tign hennar sé kölluð dolorez?"

„var kallað dolorez,“ sagði gamla konan með blíðri
hátíðleika.

Fyrsti heiðursmaðurinn, kallaður gullpinninn í biðinni,
reisti stafinn til að slá hana og allir hinir réttu út hendurnar
til að grípa hana; en grái möttullinn bráðnaði milli fingra
þeirra; og það kom þungt, múffað hljóð.

Stóra bjallan í höllinni - bjallan sem heyrðist aðeins við
andlát sumra af konungsfjölskyldunni og í jafn oft og hann
eða hún var ára - byrjaði að tolla. Þeir hlustuðu. Einhver
taldi: „einn-tveir-þrír-fjórir“ - allt að níu og tuttugu - bara
aldur drottningar.

Drottningin, hátign hennar, var dáin. Mitt í
hátíðarhöldunum sem hún hafði fallið frá. Þegar litli
prinsinn var borinn aftur í herbergi móður sinnar var engin
móðir sem kyssti hann.

Varðandi guðmóður sína - litlu gömlu konuna í gráu,
enginn vissi hvað varð um hana.

"ég verð að kyssa hann, ég er guðmóðir hans." síðu.
Skoða stærri mynd
Aftur að innihaldi

Kafli ii.

Það var ekki hægt að segja að prinsinn saknaði móður
sinnar; börn á hans aldri geta það ekki; en einhvern veginn
virtist allt eftir að hún dó fara úrskeiðis hjá honum. Frá

fallegu barni varð hann fölur og veikur og virtist hafa næstum hætt að vaxa, sérstaklega í fótunum á honum, sem höfðu verið svo feitir og sterkir. En eftir skírdag hans visnuðust þeir, og þegar hann var næstum árs gamall og hjúkrunarfræðingur hans reyndi að láta hann standa, féll hann aðeins niður.

Þetta gerðist svo oft að um síðir fóru menn að tala um það. Prins, og ekki fær um að standa á fótunum! Þvílík óheppni fyrir landið!

Eftir tíma varð hann sterkari og líkami hans óx en limirnir héldust enn saman. Enginn talaði um þetta við konunginn, því að hann var mjög dapur.

Kóngurinn óskaði eftir að prinsinn ætti að halda nafninu sem litla gamla konan gaf honum í gráu og svo var hann þekktur sem dolor.

Einu sinni í viku, samkvæmt föstum sið ríkisins, var prinsinn, klæddur sínu besta, færður konungi, föður sínum, í hálftíma, en tign hans var of depurð til að veita barninu mikla athygli.

Aðeins einu sinni, þegar kóngurinn og bróðir hans sátu saman, með dolor prinsinn að leika sér í horni herbergisins, draga sig um með handleggina, frekar en fæturna, það virtist slá föðurinn að allt væri ekki í lagi með son sinn .

"hversu gömul er konungleg hátign hans?" sagði hann skyndilega við hjúkrunarfræðinginn.

"tvö ár, þrír mánuðir og fimm dagar, vinsamlegast tign þín."

"það þóknast mér ekki," sagði konungur með
andvarpi. "hann ætti að vera miklu framar en hann er. Er
ekki eitthvað að honum?"

„ó, nei,“ sagði bróðir kóngsins og skiptist á meiningarútlit
við hjúkrunarfræðinginn. "ekkert til að gera tign þína
yfirleitt órólega. Eflaust mun konungleg hátign hans vaxa
úr því í tæka tíð."

"út-vaxa hvað?"

„smávægilegt lostæti - ahem! - í hryggnum - eitthvað erft
kannski frá elsku móður hans.“

"ah, hún var alltaf viðkvæm; en hún var sætasta kona sem
uppi hefur verið. Komdu hingað, litli sonur minn."

Prinsinn sneri sér að föður sínum lítið, ljúft, grafalvarlegt
andlit - eins og móðir hans, og konungur brosti og rétti út
faðminn. En þegar strákurinn kom til hans, hlaupandi ekki
eins og strákur, heldur vafðist óþægilega eftir gólfinu,
skýjaðist konunglegt yfirbragðið.

"mér ætti að hafa verið sagt frá þessu. Sendu strax til allra
lækna í ríki mínu."

Þeir komu og voru sammála um það sem áður hafði verið
nokkuð þekkt; að prinsinn hlýtur að hafa verið særður
þegar hann var ungabarn. Man einhver eftir því?

Nei, enginn. Sárt, allir hjúkrunarfræðingarnir neituðu því að
slíkt slys hefði gerst.

En af öllu þessu vissi konungur ekkert, því að eftir fyrsta
áfallið þegar hann komst að því að sonur hans gat ekki
gengið og virtist aldrei líklegur til að ganga, truflaði hann

mjög lítið varðandi hann. Hann gat ekki gengið; limir hans
voru aðeins gagnslausar viðbótir við líkama hans, en
líkaminn sjálfur var sterkur og traustur og andlit hans var
það sama og alltaf - rétt eins og andlit móður hans, eitt það
sætasta í heimi!

Meira að segja kóngurinn, áhugalaus eins og hann var,
horfði stundum á litla náungann með dapurlegri eymsli og
tók eftir því hversu snjallt hann lærði að skríða og sveiflaði
sér um handleggina á sér, svo að á sinn vandræðalega hátt
var hann eins virkur og flest börn aldur hans.

"vesalings litli maðurinn! Hann gerir sitt besta og er ekki
óánægður," sagði konungur við bróður sinn. "ég hef skipað
þig sem regent. Ef ég deyi, muntu sjá um litla vesalings
drenginn minn?"

Fljótlega eftir að hann sagði þetta, dó konungur, eins
skyndilega og hljóðlega og drottningin hafði gert, og dolor
prins var eftir án hvorki föður né móður - eins dapurlegt
hlutur og gæti gerst, jafnvel fyrir prins.

Hann var þó meira en það núna. Hann var konungur. Í
nomansland eins og í öðrum löndum, var fólkið slegið af
sorg einn daginn og endurvakið daginn eftir. "konungurinn
er dáinn - lengi lifi konungurinn!" var hrópið sem hljómaði
um þjóðina og næstum áður en seint tign hans hafði verið
lagt við hlið drottningarinnar, kom mannfjöldi þyrpandi frá
öllum hlutum til konungshallarinnar, fús til að sjá nýja
konunginn.

Þeir sáu hann - sitja á gólfinu í ráðsklefanum og sogaði
þumalfingurinn! Og þegar einn af þeim biðu herrum lyfti
honum upp og bar hann að stóli ríkisins og setti kórónu á
höfuð sér, hristi hann hana af sér aftur, hún var svo þung og
óþægileg. Rann niður að fæti hásætisins og byrjaði að leika

við gulljónin sem studdu það; - hlátri eins og hann hafi loksins fundið eitthvað til að skemmta honum.

"það er mjög óheppilegt," sagði einn herra. "það er alltaf slæmt fyrir þjóð þegar konungur hennar er barn; en slíkt barn - varanlegur lamandi, ef ekki verri."

„við skulum vona ekki verra,“ sagði annar herra í mjög vonlausum tón og horfði í átt til regentsins, sem stóð uppréttur og þóttist ekki heyra neitt. "ég hef heyrt að börn af þessu tagi með mjög stór höfuð og mikil breið enni og glápandi augu, séu - ja, ja, við skulum vona það besta og vera viðbúin því versta. Í millitíðinni -"

„komdu fram og kyssu sverði hans,“ sagði regentinn - „ég sver að vinna skyldur mínar sem regent, að gæta tignar sinnar og ég skal gera mitt auðmjúkasta til að stjórna landinu.“

Alltaf þegar regentinn og synir hans birtust, var tekið á móti þeim með hrópum - „lengi lifi regentinn!“ "lengi lifi konungsfjölskyldan!"

Eins og fyrir hitt barnið, konunglegur hátignar prinsinn hans lit - einhvern veginn hætti fólk fljótt að kalla það tign sína, sem virtist svo fáránlegur titill hjá fátækum litlum náunga, hjálparvana örkumla, með aðeins höfuð og skottu og enga fætur að tala um - hann sást mjög sjaldan af neinum.

Stundum tóku menn að þora að gægjast yfir háan vegg hallargarðsins tóku eftir þar ansi litlum örkumlum strák með stór draumkennd, hugsandi augu, undir grafalvarlegu augnaráði sem misgjörðir fundu fyrir óróleika, og þó þeir vissu það ekki þá, sjón hann bar þjáningu sína gerði þær betri.

Ef einhver hefði sagt að föðurbróðir prins dolor væri
grimmur, hefði hann sagt að það sem hann gerði væri
landinu til heilla.

Þess vegna fór hann einn daginn í ráðsklefann, upplýsti
ráðherrana og landið um að ungi konungurinn væri í
heilsubresti og að best væri að senda hann um tíma á
fallegu fjöllin þar sem móðir hans fæddist.

Fljótlega eftir að hann fékk skipun um að senda konunginn
í burtu - sem var gert í miklu ástandi. Þjóðin komst að því,
án mikillar undrunar, að vesalings litli prinsinn - hafði
veikst á veginum og dó innan fárra klukkustunda; lýsti því
yfir læknirinn sem var viðstaddur og hjúkrunarfræðingurinn
sem sendur var til að sjá um hann. Þeir komu kistunni aftur
í frábært ástand og jarðu hann með foreldrum sínum.

Landið fór í djúpan harm yfir honum og gleymdi honum
síðan, og frændi hans ríkti í hans stað.

Aftur að innihaldi

Kafli iii.

Og hvað með litla lame prinsinn, sem allir virtust svo
auðveldlega hafa gleymt?

Ekki allir. Það voru nokkrar góðar sálir, fjölskyldumæður,
sem höfðu heyrt dapurlega sögu hans, og nokkrir þjónar um
höllina, sem höfðu kynnt sér ljúfa vegi hans - þessir mörgu
sinnum andvörpuðu og sögðu: "aumingja prinsinn
litur!" eða þegar litið er á fallegu fjöllin, sem voru sýnileg
um allt nomansland, þó að fáir hafi nokkru sinni heimsótt
þau, "ja, kannski er konunglegur hátign hans betri þar sem
hann er."

Þeir vissu ekki að handan fjalla, milli þeirra og sjávar, lá
landsvæði, jafnt, hrjóstrugt, nema stutt tálgað gras og hér
og þar blettur af örsmáum blómum. Ekki runni - ekki tré -
ekki hvíldarstað fyrir fugla eða skepnur á þeirri slæmu
sléttu. Það var ekki notalegur staður til að búa á.

Eina merkið um að mannverur hefðu nokkurn tíma verið
nálægt staðnum var stór hringlaga turn sem reis upp í miðri
sléttunni. Í formi líktist það írsku hringturnunum, sem hafa
velt fólki fyrir svo lengi, enginn getur komist að því hvenær
eða af hverjum þeir voru gerðir. Það var hringlaga, mjög
þétt múrverk, hvorki með hurðum né gluggum, þar til
nálægt toppnum, þegar þú skynjaðir nokkrar rifur í
veggnum, þar sem maður gat ómögulega læðst inn eða litið
út. Hæð þess var næstum hundrað fet.

Sléttan var auðn, eins og eyðimörk, aðeins án sanda og
leiddi til hvergi nema enn eyðilegri sjávarströndin; það fór
enginn yfir það. Hvaða leyndardómur sem var um turninn,
hann og himinninn og sléttan héldu fyrir sig.

Það var sannarlega mjög mikið leyndarmál,
ríkisleyndarmál, sem engum nema svo snjöllum manni eins
og núverandi konungur nomanslands hefði nokkru sinni
dottið í hug. Hvernig hann framkvæmdi það, ófundið, get
ég ekki sagt til um. Fólk sagði, löngu síðar, að það væri
með hópi fordæmdra glæpamanna, sem voru settir í vinnu
og teknir af lífi strax eftir að þeir höfðu gert það, svo að
enginn vissi neitt, eða grunaði í það minnsta raunverulega
staðreynd.

Innan við tuttugu fet frá toppnum hafði einhver sniðugur
arkitekt skipulagt fullkomið lítið hús, skipt í fjögur
herbergi. Með því að búa til þakglugga og nokkrar raufar í
veggjum fyrir glugga og hækka hámarkað þak sem var falið

af bryggjunni, hér var bústaður heill; áttatíu fet frá jörðu og erfitt að ná til.

Að innan var það búið öllum þeim þægindum og glæsileika sem hægt er að hugsa sér; með fullt af bókum og leikföngum og öllu sem hjarta barns gæti óskað eftir.

Eina vetrarnótt, þegar öll sléttan var hvít með tunglsljósi, sást hún fara yfir hana, mikill hávaxinn, svartur hestur, reiður af manni líka stór og jafn svartur og bar fyrir sér á hnakknum konu og barn. Dapurlega grimmur konan var glæpamaður undir dauðadómi, en refsingu hennar hafði verið breytt. Hún átti að búa í einmana turninum með barnið; hún átti að lifa svo lengi sem barnið lifði - ekki lengur. Þetta, til þess að hún gæti gætt hans fyllilega; því að þeir, sem settu hann þar, voru jafn hræddir við að deyja og lifa. Og samt var hann aðeins lítill blíður strákur, með ljúft bros. Hann var mjög þreyttur á sinni löngu ferð og var fastur við háls mannsins, því hann var frekar hræddur.

Þreytti litli strákurinn var prins dolor. Hann var alls ekki dauður. Stóra jarðarför hans hafði verið tilgerð; vaxmynd hefur verið sett á sinn stað meðan fordæmd kona og svarta karlinn hröktu hann í burtu. Sá síðarnefndi var heyrnarlaus og mállaus, gat því ekkert sagt.

Þegar þeir komust að fæti turnins, var nógu léttur til að sjá risastóra keðju hangandi hálfa leið frá bryggjunni. Heyrnarlausi málleysinginn tók úr hnakkaveskinu nokkurs konar stiga, raðaði í búta eins og þraut, setti hann saman og lyfti honum upp til móts við keðjuna. Síðan settist hann upp á toppinn á turninum og reif frá honum stól, þar sem konan og barnið settu sig og voru dregin upp, til að koma aldrei aftur niður. Maðurinn fór niður stigann, tók hann í sundur og hvarf yfir sléttuna. Í hverjum mánuði kom hann og festi hest sinn við rætur

turnins og klifraði upp á hann eins og áður, hlaðinn vistum
og mörgu öðru. Hann sá prinsinn alltaf, til að ganga úr
skugga um að barnið væri lifandi og hafði það gott, og fór
síðan í burtu þar til næsta mánuð.

Prins dolor hafði allan þann munað sem jafnvel prins gæti
þurft og það eina sem vantaði - ástina, hafði aldrei vitað,
hann lét sig ekki vanta. Hjúkrunarfræðingur hans var mjög
góður við hann, þó hún væri vond kona. Kannski gerði það
henni betra að halda kjafti með saklaust barn.

Við og við byrjaði hann að læra kennslustundir - ekki að
hjúkrunarfræðingi hans hefði verið skipað að kenna honum,
en hún gerði það að hluta til að skemmta sér. Hún var ekki
heimsk kona, og prins dolor var alls ekki heimskulegt
barn; svo þeir náðu mjög vel saman.

Þegar hann varð eldri byrjaði hann að lesa bækurnar sem
málleysinginn færði honum. Þegar þeir sögðu honum frá
hlutunum í umheiminum þráði hann að sjá þá.

Frá þessum tíma varð breyting á drengnum. Hann byrjaði
að líta dapur og þunnur út og þegja í klukkutímum án þess
að tala. Hjúkrunarfræðingi hans hafði verið bannað, vegna
sársauka dauðans, að segja honum eitthvað um sjálfan
sig. Hann vissi að hann var dolor prins, því hún ávarpaði
hann alltaf sem „prinsinn minn" og „konunglega hátign
þína", en hvað prins var, hafði hann ekki minnstu hugmynd
um.

Hann hafði verið að lesa einn daginn, en fann allan tímann
að það að lesa um hluti sem þú sérð aldrei er eins og að
heyra um fallegan kvöldverð meðan þú sveltur. Hann óx í
depurð og horfði út um gluggaslitið.

Ekki mjög glaðlegt útsýni - bara sléttan og himinninn - en honum líkaði það. Hann var vanur að hugsa, ef hann gæti aðeins flogið út um gluggann, upp til himins eða niður á sléttuna, hvað það væri fínt! Kannski þegar hann dó - hjúkrunarfræðingur hans hafði sagt honum einu sinni í reiði að hann myndi aldrei yfirgefa turninn fyrr en hann dó - gæti hann verið fær um að gera þetta.

"og ég vildi að ég hefði einhvern til að segja mér allt um það; um það og margt annað; einhvern sem væri hrifinn af mér, eins og litla hvíta kettlingurinn minn."

Hér komu tárin í augu hans, því að einn vinur drengsins hafði verið lítill hvítur kettlingur, sem heyrnarlaus mállaus, vinsamlega brosandi, tók einu sinni upp úr vasanum og gaf honum. Í fjórar vikur var þetta stöðugur félagi hans og leiktæki, þar til eitt tunglskinsnótt tók það fínt fyrir að flakka, klifraði upp að bryggjunni í turninum, datt niður og hvarf. Það var ekki drepið, vonaði hann; vissulega hafði hann næstum ímyndun um að hann sæi það taka sig upp og drepa í burtu, en hann sá það aldrei aftur.

"já, ég vildi að ég ætti manneskju, raunverulega lifandi manneskju, sem væri hrifin af mér og góð við mig. Ó, ég vil einhvern - hræðilega, hræðilega!"

Þegar hann talaði, þá hljómaði á eftir honum lítilsháttar tappa-tappa, eins og af reyr, og snúa sér um, hvað heldurðu að hann hafi séð? Forvitnileg lítil kona, ekki stærri en hann hefði sjálfur getað verið, hafi fæturnir vaxið, en hún var ekki barn - hún var gömul kona með ljúft bros og mjúka rödd og bar reyr.

„minn eigin litli strákur,“ sagði hún, „ég gat ekki komið til þín fyrr en þú hefðir sagt að þú vildir mig, en núna viltu mig, hér er ég.“

"og þú ert mjög velkominn, frú," svaraði prinsinn. "má ég spyrja þig hver þú ert? Kannski mamma mín?"

Og snúa sér, hvað heldurðu að hann hafi séð? Síðu.
Skoða stærri mynd
"nei, ég er ekki móðir þín, þó að hún hafi verið kær vinkona mín."

"ætlarðu að segja henni að koma og sjá mig þá?"

"hún getur það ekki; en ég leyfi mér að segja að hún viti allt um þig og elski þig. Ég elska þig líka og ég vil hjálpa þér, vesalings litli strákurinn minn."

"af hverju kallar þú mig aumingja?" spurði prins dolor hissa.

Litla gamla konan andvarpaði og leit niður á fætur hans og fætur, sem hann vissi ekki að voru frábrugðin þeim annarra barna, og síðan í ljúfa og bjarta svipinn.

„ég biðst afsökunar, prinsinn minn,“ sagði hún.

"já, ég er prins og ég heiti dolor; viltu segja mér þitt, frú?"

Litla gamla konan hló eins og kím af silfurbjöllum.

"ég á svo marga að ég veit ekki hvað ég á að velja. Það var ég sem gaf þér þinn og þú munt tilheyra mér alla þína daga. Ég er guðmóðir þín."

"húrra!" hrópaði litli prinsinn; "ég er feginn að ég tilheyri þér, því mér líkar mjög vel við þig."

Svo þeir settust niður og léku sér og töluðu saman.

"ertu mjög einmana hérna?" spurði gamla kerlingin.

"ekki sérstaklega, takk, guðmóðir. Ég hef lærdóminn minn
og bækurnar mínar að lesa."

"og þú vilt fyrir ekki neitt?"

"ekkert. Já, guðmóðir, vinsamlegast færðu mér lítinn strák
til að leika við?"

"bara hluturinn, því miður, sem ég get ekki gefið þér."

Guðmóðir hans tók hann í fangið og kyssti hann. Við og
við kyssti hann hana í fyrstu óþægilega og feiminn, síðan af
öllum styrk hlýja litla hjartans.

"lofaðu mér að þú munt aldrei fara, guðmóðir."

"ég verð að gera það, en ég mun skilja eftir þig
farandskikkju sem tekur þig hvert sem þú vilt fara og sýnir
þér allt sem þú vilt sjá."

"ég þarf ekki skikkju, því ég fer aldrei út."

"uss! Hjúkrunarfræðingurinn kemur."

Napra rödd og skrölt af diskum og diskum heyrðist.

"það er hjúkrunarfræðingur minn, sem fær kvöldmatinn
minn; en ég vil ekki kvöldmat. Ég vil aðeins þig. Mun hún
koma reka þig í burtu, guðmóðir?"

"aðeins um stund, aðeins óska mér og ég mun snúa aftur."

Þegar hurðin opnaðist lokaði prins litur augunum; opnaði
þá aftur, enginn nema hjúkrunarfræðingur hans var í
herberginu þar sem guðmóðir hans hafði bráðnað.

"svona hrúga af snyrtilegum bókum; og hvað er þetta
rusl?" sagði hún og sparkaði í smá búnt sem lá við hliðina á
þeim.

"gefðu mér það," hrópaði prinsinn; og náði eftir því, faldi
hann það undir pinafore sínum.

Það var, þó hún vissi þetta ekki, dásamlega ferðakápan
hans.

Aftur að innihaldi

Kafli iv.

Skikkjan fyrir utan, var algengasti ímyndaði búnt sem hægt
er að hugsa sér - litur snerti hann; það minnkaði og hann
lagði það í buxnavasann og geymdi þar þar til hann hafði
tækifæri til að skoða það.

Það virtist vera aðeins viskustykki, dökkgrænt á litinn,
slitið og subbulegt, þó ekki óhreint.

Prins dolor skoðaði það forvitnilega; breiddu það út á
gólfið og raðaðu því síðan á herðar hans. Það leið vel; en
var það eina subbulega sem prinsinn hafði séð á ævinni.

"og hvaða gagn mun það hafa fyrir mig?" sagði hann
dapurlega, "og hvað í ósköpunum á ég að gera við það?"

Hann brá því vandlega saman og setti það í burtu í öruggu
horni leikfangaskápsins síns. Eftir tíma gleymdi hann
næstum skikkjunni og guðmóður sinni. Stundum þó, mundi

hann eftir ljúfu skemmtilegu andliti hennar; en þar sem hún
kom aldrei, rann hún smám saman út úr minni hans, þar til
eitthvað gerðist sem fékk hann til að muna eftir henni, og
vilja hana eins og hann hafði aldrei viljað neitt áður.

Prins dolor veiktist. Hann náði kvörtun sem var almenn
fyrir íbúa nomanslands, kölluð lágkúra, sem gerði hann
órólegur, kross og ósammála. Jafnvel þegar hann var aðeins
betri var hann of veikur til að njóta einhvers, en lá allan
daginn einn.

"ég velti fyrir mér hvað guðmóðir mín hafi átt við þegar
hún leit á fætur mína og andvarpaði svo sárt? Af hverju get
ég ekki gengið eins og hjúkrunarfræðingurinn minn. Það
væri mjög gaman að hreyfa sig hratt eða fljúga eins og fugl.
Hversu gott það hlýtur að vera að vera fugl. Ef fætur eru
ekki góðir, af hverju getur maður ekki haft vængi? Ég er
svo þreyttur og enginn hugsar um mig, nema kannski
guðmóðir mín. Guðmóðir, elsku, hefur þú yfirgefið mig? "

Hann teygði sig þreyttur, safnaði sér saman og lét höfuðið
falla á hendurnar; þegar hann gerði það, fannst honum
einhver kyssa hann aftan á háls sér og snéri sér og fann að
hann hvíldi á hlýri öxl litlu gömlu konunnar.

Hversu glaður hann var að sjá hana. Hann lagði báða
handleggina um háls hennar og kyssti hana elskulega.

"stoppaðu, hættu!" hrópaði hún og þóttist vera
kæfð. "leyfðu mér aðeins að hafa andann til að tala eitt orð.
Segðu mér hvað hefur komið fyrir þig síðan ég sá þig."

"ekkert hefur gerst," svaraði prinsinn nokkuð dapurlega.

"og ertu mjög óánægður, strákur minn?"

"svo óánægður, að ég var bara að hugsa hvort ég gæti ekki hoppað niður í botn turnsins."

„þú verður að vera sáttur við að vera þar sem þú ert,“ sagði litla gamla konan, „því að þú ert prins og verður að haga þér sem slíkur - hvar er ferðakápan þín?“

Prins dolor roðnaði. "ég - ég setti það í skápinn; ég geri ráð fyrir að það sé þar enn."

"þú hefur aldrei notað það; þér mislíkar það?"

Hann hikaði og vildi ekki vera kurteis. "heldurðu að það sé ekki aðeins gamalt og subbulegt fyrir prins?"

Gamla konan hló mjög ljúft.

"af hverju, ef allir höfðingjar í heiminum þráðu það, þá gátu þeir ekki fengið það, nema ég gæfi þeim það. Gamalt og subbulegt! Það er það dýrmætasta sem hægt er að hugsa sér! Ég hélt að ég myndi gefa þér það, vegna þess að - vegna þess að þú ert öðruvísi en annað fólk. “

"er ég?" spurði prinsinn með tárin í augunum.

Hún snerti litlu lélegu fætur hans. "þetta eru ekki eins og fætur annarra lítilla drengja."

„sannarlega! - hjúkrunarfræðingur minn sagði mér það aldrei.“

"ég segi þér, vegna þess að ég elska þig."

"segðu mér hvað, elsku guðmóðir?"

"að þú munt aldrei geta gengið, hlaupið eða hoppað, en líf
þitt getur verið mjög hamingjusamt líf fyrir allt það. Ekki
vera hræddur."

"ég er ekki hræddur," sagði strákurinn og varir hans fóru að
skjálfa þó hann grét ekki.

Þó að hann skildi ekki að fullu fór hann að giska á hvað
guðmóðir hans meinti. Hann hafði aldrei séð neina alvöru
lifandi stráka, en hann hafði séð myndir af þeim; hlaupandi
og stökk; sem hann hafði dáðst að og reyndi mikið að líkja
eftir, en mistókst alltaf. Núna fór hann að skilja að við
getum ekki alltaf haft hlutina eins og við viljum þá heldur
eins og þeir eru og að við verðum að læra að bera þá og
gera sem best úr þeim.

Hún huggaði hann og hvíslaði með sinni ljúfu, sterku og
glaðlegu rödd - "nenni því ekki!"

"nei, ég held að ég nenni ekki, það er, ég mun ekki nenna
því."

"það er rétt, prinsinn minn! Við skulum leggja axlirnar
undir stýrið -"

„við erum í vonlausum turni og það er ekkert hjól til að
leggja axlir á," sagði barnið dapur.

"litla málefnalega gæs! Vel fyrir þig að þú eigir guðmóður
sem heitir - 'efni og vitleysa.'"

"efni og vitleysa! Þvílíkt fyndið nafn!"

"sumt fólk gefur mér það, en það eru ekki mínir nánustu
vinir. Þú mátt gefa mér hvaða nafn sem þér þóknast; en ég

er guðmóðir þín. Ég á fá guðbörn; þau sem ég á elska mig
heitt og finn mér mesta blessun í öllum heiminum. "

"ég get vel trúað því," hrópaði litli lame prinsinn.

"komdu skikkjunni úr ruslskápnum og hristu rykið af því,
fljótt!" sagði hún prinsolíu. "dreifðu því á gólfið og bíddu
þar til klofningurinn lokast og brúnirnar snúa upp. Opnaðu
síðan þakgluggann, settu þig á skikkjuna og segðu
'abracadabra, dum dum dum,' og - sjáðu hvað mun gerast!"

Prinsinn braust út í hláturskasti. Þetta virtist allt svo
ofboðslega kjánalegt og guðmóðir hans hló líka.

„trúðu mér eða ekki, það skiptir ekki máli," sagði hún. "hér
er skikkjan; þegar þú vilt ferðast á henni, segðu,
abracadabra dum dum dum; þegar þú vilt koma aftur aftur,
segðu, abracadabra tum tum ti. Það er allt, bless."

Blástur af notalegu lofti og guðmóðir hans var horfin.

"hversu rósar kinnar konungs hátignar þínar eru! Þú virðist
hafa vaxið betur," sagði hjúkrunarfræðingurinn inn í
herbergið.

"ég hef það," svaraði prinsinn - honum leið vel, jafnvel við
ljótan hjúkrunarfræðing sinn. "leyfðu mér að borða
kvöldmatinn minn, og þú ferð í saumaskapinn þinn."

Augnablikið sem hún var farin spratt prins dolor úr
sófanum sínum og með einu eða tveimur af froskalíkum
stökkum sínum náði hann skápnum þar sem hann geymdi
leikföng sín og leitaði alls staðar að ferðakápunni sinni.

Því miður! Það var ekki þar.

Meðan hann var veikur, hjúkrunarfræðingurinn hans, hafði gert frábæra úthreinsun á öllu „rusli" sínu, öllum fjársjóðum barnadaga sinna, sem hann þoldi ekki til að skilja við. Þó að hann hafi sjaldan spilað með þeim núna, þá fannst honum bara að þeir væru þarna.

Þeir voru allir horfnir! Og með þeim farandskikkjuna. Hann settist niður á gólfið og horfði á tómar hillurnar og sprakk svo hágrátandi eins og hjarta hans myndi brotna.

„og það er allt mér sjálfum að kenna," hrópaði hann. "ég hefði átt að sjá betur um gjöf guðmóður minnar. Ó, guðmóðir, fyrirgefðu mér! Ég verð aldrei svo kærulaus aftur. Ég verð aldrei svo kærulaus aftur. Ég veit ekki hvað skikkjan er nákvæmlega, en ég er viss um að það er eitthvað dýrmætt. Hjálpaðu mér að finna það aftur. Ó, ekki láta það vera stolið frá mér - ekki vinsamlegast. "

"ha, ha, ha!" hló silfurrödd. "af hverju, þessi ferðaskikkja er það eitt í heiminum sem enginn getur stolið. Það gagnast engum nema eigandanum. Opnaðu augun og sjáðu hvað þú getur séð."

Elsku gamla guðmóðir hans, hugsaði hann og snéri sér ákaft. En nei; hann sá aðeins, liggjandi í horni herbergisins, dýrmætu ferðakápunni sinni.

Prins dolor stakk sér í áttina að því, veltist nokkrum sinnum á leiðinni. Hrifsaði það á bringuna, faðmaði hann og kyssti það. Þá byrjaði hann að velta því upp og velti fyrir sér hverja mínútu hvað myndi gerast.

Aftur að innihaldi

Kafli v.

Eflaust heldurðu að dolor prins hafi verið óánægður. Ef þú
hefðir séð hann þar sem hann sat þolinmóður að leysa
frábæra skikkjuna sína, sem var unnin upp í mjög þéttum
pakka, með fínum litlum höndum og prjóna brúnir hans af
ákveðni, meðan augun glitruðu af ánægju, þá hefðir þú
kannski breytt skoðun þinni .

Þegar prins dolor var búinn að leysa alla hnúta vandlega fór
skikkjan að losa sig. Hægt að þróast lagði það sig niður á
teppið, eins flatt og það hefði verið straujað; klofningurinn
sameinaðist með litlum skörpum sprungusprunga og brúnin
snérist upp allt þar til það var bringuhátt í millitíðinni hafði
skikkjan vaxið og vaxið og orðið alveg nógu stór til að einn
maður gæti setið í henni, eins þægilegt og það væri í bát.

Prinsinn fylgdist frekar kvíðinn með því; þetta var svo
óvenjulegur hlutur. Þó var hann enginn huglaus, heldur
vandaður drengur, sem ef hann hefði verið eins og aðrir
strákar, þá hefði hann eflaust vaxið upp þorandi og
ævintýralegur - hermaður - sjómaður eða þess háttar. Eins
og það var gat hann aðeins sýnt hugrekki sitt með því að
vera hræddur við ekkert og með því að gera djarflega allt
sem í hans valdi stóð. Og ég er ekki viss en að á þennan
hátt hafi hann sýnt meiri hreysti en ef hann hefði haft sex
þör af réttum fótum.

Sagði hann við sjálfan sig, "hvað ég er gæs! Eins og elsku
guðmóðir mín hefði einhvern tíma gefið mér neitt til að
meiða mig. Hér fer!"

Svo, með einu af virkum stökkum sínum, spratt hann beint í
miðja skikkjuna, þar sem hann hneig niður, vafði
höndunum þétt um hnén, því þeir hristust svolítið og hjarta
hans sló hratt. En þar sat hann og beið eftir því sem næst
gæti gerst.

Prins dolor lét rífa í efsta kvistinn á hæsta trénu. Síðu.
Skoða stærri mynd
Ekkert gerðist og hann fór að hugsa að ekkert myndi gera
þegar hann rifjaði upp orðin. "abracadabra, dum, dum,
dum!"

Hann endurtók þá og hló allan tímann, þeir virtust vera svo
vitlausir. Og svo — og þá—

Skikkjan hækkaði, hægt og stöðugt í fyrstu, aðeins nokkrar
tommur, síðan smám saman hærra og hærra, þar til það
snerti nærri þakglugganum. Höfðingi prins dolor rakst í
raun á glerið.

Þá mundi hann skyndilega skipun guðmóður sinnar -
„opnaðu þakgluggann!“

Án nokkurrar tafar byrjaði hann að leita að boltanum,
skikkjan er jafnvægi í loftinu. Strax þegar glugginn var
opnaður, sigldi hann út - beint út í heiðskírt ferskt loftið,
með ekkert á milli þess og skýlausa bláa. Prince dolor hafði
aldrei fundið fyrir jafn dýrindis tilfinningu áður.

Ekki er hægt að lýsa hamingju prinsins, þegar hann steig út
úr vonlausum turni, og lenti í fyrsta skipti undir hreinu lofti,
með himininn fyrir ofan sig og jörðina fyrir neðan.

Satt, það var ekkert nema jörð og himinn; engin hús, engin
tré, engin ár, fjöll, haf - ekki skepna á jörðinni eða fugl í
loftinu. En fyrir honum virtist jafnvel láréttur flötur
fallegur; og svo var hinn glæsilegi bogi himinsins, þar sem
lítið ungt tungl sat í vestri eins og drottning. Og kvöldgolan
var svo sæt og fersk, það kyssti hann eins og kossar
guðmóður sinnar; og nokkrar stjörnur komu út, fyrst tvær

eða þrjár, og síðan magn - magn! Svo að þegar hann byrjaði
að telja þá var hann algerlega ráðvilltur.

Á þessum tíma var gola samt orðin köld og eins og hann
hafði, eins og hann sagði, engin útivistarfatnaður, lélegur
prinsinn litur byrjaði að skjálfa.

„kannski ég hefði betur farið heim,“ hugsaði hann.

En hvernig - því að í spenningi sínum höfðu önnur orð, sem
guðmóðir hans hafði sagt honum að nota, runnið úr minni
hans, og skikkjan fór aðeins hraðar og hraðar og skimaði
áfram um rökkrið, tómt loftið.

Vesalings litli prinsinn fór að verða hræddur. Hvað ef
dásamlega ferðakápan hans ætti að halda áfram þannig að
ferðast, kannski til enda heims og bera fátækan, þreyttan,
svangan dreng með sér.

"elsku guðmóðir," hrópaði hann aumkunarvert, "hjálpaðu
mér! Segðu mér þetta bara einu sinni og ég gleymi aldrei
aftur."

Samstundis komu orðin til hans og hann endurtók
þau. "abracadabra, tum, tum, ti!" skikkjan fór að snúast
hægt og byrjaði strax aftur, eins hratt og alltaf, í átt að
turninum.

Þakgluggann fann hann nákvæmlega eins og hann hafði
skilið hann eftir og hann rann eins auðveldlega inn og hann
hafði komist út. Hann var varla kominn á gólfið þegar hann
heyrði rödd hjúkrunarfræðings síns úti.

"blessaðu okkur! Hvað er orðið af konunglegri hátign þinni
allan þennan tíma? Að sitja heimskulega hérna við
gluggann þar til það er orðið dimmt og láta loftljósið vera

opið líka. Prins, hvað getur þú verið að hugsa um? Þú ert kjánalegasti strákur sem ég hef nokkurn tíma séð vissi. "

En honum var ekki sama hvað hún sagði.

Augnablik prinsolían steig af skikkjunni, hún brá sér upp í pínulitla pakka og rúllaði sér inn í ysta hornið á herberginu. Ef hjúkrunarfræðingurinn hefði séð það hefði hún tekið það fyrir aðeins ruslabúnt. Hún kom með kvöldmáltíðina og kveikti á kertunum, andlitið eins óánægt og venjulega. En prins dolor sá aðeins, falinn í horninu þar sem enginn annar myndi sjá það, dásamlegu ferðakápuna sína. Hann borðaði hjartanlega og heyrði varla nöldur hjúkrunarfræðings síns.

"aumingja konan!" hugsaði hann, "hún er ekki með ferðaskikkju!"

Og þegar hann læddist inn í litla rúmið sitt, þar sem hann lá vakandi dágóða stund á meðan hann horfði á stjörnurnar, hugsaði höfðingi hans: „ég verð að vera vaknaður mjög snemma í fyrramálið og fá mína kennslu og þá fer ég á ferð um allan heim á fallegu skikkjunni minni. "

Svo, næsta dag, opnaði hann augun með sólinni og fór með gott hjarta í kennslustundir sínar, sem honum fannst í fyrsta skipti sljóar, og þegar augabragði þeirra var lokið læðist hann yfir gólfið, losaði sig við subbulega litla búntinn, klifraði upp á stól og þaðan að borðinu til að losa um loftljósið; sagði töfraþokkinn og var í burtu út um gluggann á mínútu.

Hann var vanur að sitja svo hljóðlega alltaf, að hjúkrunarfræðingurinn hans, þó að aðeins í næsta herbergi missti ekki af honum, og hún gat engu að síður saknað hans vegna þess að snjalla guðmóðirin gerði mynd, sem hún setti

á gluggakistulesturinn og sem leit svo út eins og prinsolía
að hver sameiginlegur áhorfandi hefði aldrei giskað á
muninn.

Og allt þetta meðan hinn hamingjusami náungi var í burtu
svífandi í loftinu á töfrakápunni sinni og sá alls konar
dásamlega hluti - eða þeir virtust dásamlegir fyrir hann,
sem hingað til hafði alls ekki séð neitt.

Fyrst voru það blómin sem uxu á sléttunni, sem alltaf þegar
skikkjan kom nálægt, togaði hann augun til að líta á; þau
voru pínulítil en mjög falleg.

"ég velti því fyrir mér," hugsaði hann, "hvort ég gæti séð
betur í gegnum gleraugu eins og þau sem
hjúkrunarfræðingurinn minn les með og sér svo vel um.
Hvernig ég ætti að sjá um þau líka! Ef ég bara ætti par!"

Strax fann hann par fallegustu gleraugu sem sést hefur; og
leit niður á við, fann hann að þó hann væri alltaf svo hátt
yfir jörðu, gat hann séð hvert grasblað, hvert örlítið brum
og blóm - nei, jafnvel skordýrin sem gengu yfir þau.

"takk fyrir takk fyrir!" hann hrópaði til elsku guðmóður
sinnar, sem hann taldi viss um að hefði sent þeim. Hann
skemmti sér svo lengi og horfði niður á grasið, þar sem
hver fermetra var undur.

Þá, bara til að hvíla augun, beindi hann þeim upp til himins,
sem hann hafði horft svo oft á og séð ekkert.

Nú sá hann langa, svarta bylgjaða línu, hreyfast áfram í
fjarska. Horfði á það í gegnum gleraugun sín, uppgötvaði
hann að þetta var langur strengur fugla, fljúgandi hver á
eftir öðrum, vængirnir hreyfðust jafnt og þétt og höfuðið
benti í aðra áttina, jafnt og þétt eins og hvort væri lítið skip.

"þeir hljóta að vera farangursfuglar sem fljúga
sjóleiðis!" hrópaði strákurinn, sem hafði lesið aðeins um
þá. "ó! Hvernig ég myndi vilja sjá þá nokkuð nálægt og vita
hvaðan þeir koma og hvert þeir eru að fara!"

Skikkjan gaf skyndilega fram og hann fann sig hátt upp í
loftinu, alveg innan um fuglana.

"ó ég vildi að ég færi með þér, yndislegu
skepnurnar!" hrópaði strákurinn. "ég er orðinn svo þreyttur
á þessari sljóru sléttu og dapra og einmana turninum. Mig
langar svo að sjá heiminn! Fallegir svalir, kæru svalir,
segðu mér hvernig hann lítur út - fallegi, yndislegi
heimurinn!"

En fuglarnir flugu framhjá og strákurinn sá eftir þeim af
öfund. Síðan settist hann niður í miðju skikkjunnar og leið
alveg dapur og einmana.

"ég held að ég fari heim," sagði hann og endurtók
"abracadabra, tum tum, ti!" með frekar þungt hjarta. Því
meira sem hann hafði, því meira vildi hann.

Honum líkaði ekki að kvelja guðmóður sína með því að
kalla eftir henni og segja henni hversu óánægður hann væri
þrátt fyrir alla hennar gæsku; þannig að hann hélt bara
vandræðum sínum fyrir sjálfum sér, fór aftur í einmana
turninn sinn og eyddi þar þremur dögum án þess að reyna
aðra ferð á ferðakápunni sinni.

Aftur að innihaldi

Kafli vi.

Fjórða daginn gerðist það að heyrnarlaus mállaus fór í vana heimsókn sína og eftir það hækkaði andi prins dolor. Það gerðu þeir alltaf, þegar hann fékk nýju bækurnar, sem konungur nomanslands sendi frænda sínum reglulega. Hann veitti leikföngunum sem komu með engan gaum, enda taldi hann sig vera mikinn dreng.

Prince dolor hallaði sér yfir og horfði á hestinn í málleysingjunum sem var að fæða sig við rætur turnins og hugsaði hversu stórkostlegt það hlýtur að vera að komast á bakið og hjóla í burtu.

"gerðu ráð fyrir að ég væri riddari," sagði hann við sjálfan sig; "þá ætti ég að vera skyldugur að hjóla út og sjá heiminn."

En hann hélt öllum þessum hugsunum fyrir sig og sat bara kyrr og gleypti nýju bækurnar sínar þangað til hann var kominn í lok þeirra allra.

"ég velti fyrir mér," myndi hann stundum hugsa, - "ég velti því fyrir mér hvernig það er að vera á hestbak, galopna í burtu, eða halda um tauminn í vagni og rífa um landið, eða stökkva skurð, eða að hlaupa hlaup, eins og ég les um eða sé á myndum. Hvað eru margir hlutir sem ég vil gera! En fyrst, þá langar mig að fara og sjá heiminn. Ég reyni. "

Greinilega var það áætlun guðmóður sinnar að láta hann reyna og reyna mikið, áður en hann fékk eitthvað. Þennan dag voru hnútarnir sem bundu ferðaklæði hans meira en venjulega erfiður og það var heill hálftími áður en hann steig út undir berum himni og fann sig svífa kát yfir toppinn á turninum.

Hingað til, í öllum ferðum sínum, hafði hann aldrei látið sig
hverfa úr heimahúsum, en nú leið honum illa í útlitið á
turninum sínum með hringlaga slétta veggi.

"fara af stað!" hrópaði hann, þegar skikkjan hrærði sig með
smá hægagangi, eins og hann væri að bíða eftir fyrirmælum
hans. „hvar sem er - hvar sem er, svo að ég sé héðan og út í
heiminn.“

Þegar hann talaði, skikkjuna takmarkaðist áfram og fór
skimandi í gegnum loftið, hraðar en hraðasta
járnbrautarlestin.

"gefinn upp, gefinn!" hrópaði prins dolor í mikilli
spennu. „þetta er eins gott og að fara á hest,“ og henti
höfðinu aftur til móts við ferskan gola og dró kápukragann
upp og hattinn niður, þar sem honum fannst vindurinn
verða kaldari og kaldari, kaldari en nokkuð sem hann hafði
nokkurn tíma þekkt.

"hvað skiptir það þó?" sagði hann. "ég er strákur og strákar
ættu ekki að huga að neinu."

Enn, við og við fór hann að skjálfa, og, eins og hann hafði
komið í burtu án kvöldmatar síns, óx hræðilega
svangur. Sólskinið breyttist í rigningu og hann bleyttist í
gegn á örfáum mínútum.

"á ég að snúa aftur?" hugleiddi hann. "ætli ég segi,
'abracadabra?'"

Hér stoppaði hann, því að nú þegar gaf skikkjan kjaft eins
og hún ætti von á að verða send heim.

"nei - ég get ekki farið til baka! Ég verð að halda áfram og
sjá heiminn, en ó! Ef ég hefði en það sjúkrasta gamla teppi

til að skýla mér fyrir rigningunni eða þurrasta stykki af
brauði og osti, bara til að halda mér frá því að svelta! Enn,
mér er ekki mikið í mun, ég er prins og ætti að geta staðið
hvað sem er. Haltu áfram, skikkja, við munum gera það
besta úr því. "

Ekki fyrr hafði hann sagt þetta en honum fannst stela yfir
hnén eitthvað hlýtt og mjúkt; í raun fallegasta björnskinn,
sem brá sér saman um hann og kúraði hann eins vel saman
eins og hann hefði verið ungi af góðum gamla
móðurbjörnum sem átti hann einu sinni. Fannst hann þá í
vasanum, sem skyndilega stóð út á undursamlegan hátt,
fann hann, ekki beinlínis brauð og ost, né jafnvel samlokur,
heldur pakka af ljúffengasta mat sem hann hafði
smakkað. Hann borðaði kvöldmatinn sinn þar til hann
þyrstist svo hann vissi ekki hvað hann átti að gera.

"gat ég ekki bara fengið einn dropa af vatni, ef það myndi
ekki vanda þig of mikið, góðvild guðmæður?"

Hann taldi þetta erfiða beiðni um að veita fyrir hann væri
svo langt frá jörðu að hann gæti ekki búist við að finna
brunn. Hann gleymdi einu - rigningunni. Meðan hann talaði
kom það upp í annarri villtum sprengingu, eins og skýin
hefðu hellt sér út í grátandi ástríðu, vætti hann vissulega, en
skildi eftir sig í stóru glerskipi sem hann hafði aldrei tekið
eftir áður, nóg vatn til að svala þorsta tveggja eða þriggja
drengja að minnsta kosti. Og það var svo ferskt, svo hreint -
eins og vatn úr skýjunum er alltaf, að hann drakk það með
mestri unun.

Um leið og það var tómt fyllti rigningin það aftur, svo að
hann gat þvegið andlit sitt og hendur. Þá kom sólin og
þurrkaði hann á skömmum tíma. Eftir það krullaði hann sig
upp undir björnskinnsgólfinu og lokaði augunum aðeins í
eina mínútu. Næstu mínútu var hann sofandi.

Þegar hann vaknaði fann hann sig svífa yfir landi alveg
ólíkt öllu sem hann hafði áður séð.

Samt var það ekkert nema það sem börn ykkar sjá daglega
og taka aldrei eftir - fallegt landslag. Það hafði ekkert í því
stórkostlegt eða yndislegt - var einfaldlega fallegt, ekkert
meira; enn að prince dolor sem hafði aldrei séð út fyrir
sléttlendi, það virtist dásamlegt.

Í fyrsta lagi var á, sem féll niður hlíðina.

"það er svo virkt, svo lifandi! Mér líkar hlutirnir virkir og
lifandi!" hrópaði hann og horfði á það glitra og dansa,
þyrlast og stökkva.

Allt þetta sá drengurinn, annaðhvort með berum augum eða
með gullgleraugunum. Hann sá líka eins og á mynd,
fallegur en þögull, margt annað sem sló hann undrandi,
sérstaklega trjágróður.

Hugsaðu aðeins, að hafa lifað á hans aldri og aldrei hafa
séð tré! Þegar hann flaut yfir þessum eikum, virtust þeir
vera forvitnilegasta sjónin sem hægt er að hugsa sér.

„ef ég gæti aðeins nálgast, svo að snerta þá,“ sagði hann og
strax hlýddi skikkjan kafi niður; prins dolor tók hnapp á
efsta kvistinn á hæsta trénu og náði laufblöndu í hönd
hans. Bara fullt af grænum laufum - eins og við höfum oft
séð, en samt hversu yndisleg þau voru fyrir hann, og hann
skoðaði laufin af mestri forvitni, og líka smá maðk sem
honum fannst ganga yfir eitt þeirra. Hann laðaði það að sér
að labba yfir fingurinn. Það skemmti honum lengi; og þegar
skyndilegt vindhviða blés það fyrir borð, lauf og allt, þá
fannst honum hann vera einlægur.

"samt hljóta að vera til margar lifandi verur í heiminum
fyrir utan larfa. Mig langar að sjá nokkrar þeirra."

Skikkjan gaf smá mið niður eins og til að segja „allt í lagi
prinsinn minn" og bar hann yfir eikarskóginn í langan
frjóan dal. Það var byggt upp af kornakrum, beitarhólfum,
lækjum og tjörnum og í honum var magn af lifandi verum,
villtum og tamt. Kýr, hestar, lömb og kindur sem fengust á
engjunum, svín og fuglar gengu um hlöður. Á einmanum
stöðum voru kanínur, villtir fuglar bjuggu túnin og skóginn.

Í gegnum yndislegu gleraugun sín gat prinsinn séð allt, en
hann var of hátt uppi til að heyra neitt nema dauft nöldur,
sem vakti aðeins kvíða hans til að heyra meira.

"ég velti fyrir mér hvort guðmóðir mín myndi gefa mér
annað eyrupar?" sagði hann.

Varla hafði hann talað, en honum fannst liggja í fanginu á
forvitnilegasta litla pakkanum, allt gert upp í
silfurpappír. Og það innihélt par af silfri eyrum, sem, þegar
hann reyndi það, passaði svo nákvæmlega yfir sitt eigið, að
hann fann varla fyrir þeim, nema fyrir mismuninn sem þeir
gerðu í heyrn hans.

Prinsinn horfði ákaft niður í stærsta herbergi sem hann
hafði séð. Síðu.
Skoða stærri mynd
Hljóðið sem kvaddi eyrun hans er eitt sem við höfum heyrt
margoft, en prince dolor, sem hafði lifað alla sína daga í
dauðaþögn í vonlausum turni, heyrði það í fyrsta skipti. Og
ó! Ef þú hefðir séð andlit hans.

Hann hlustaði og hlustaði og leit og leit. Hreyfing dýranna
gladdi hann; kýr gangandi, hestar galopnir, lítil lömb og

kálfar hlaupandi kapphlaup yfir túnin, voru honum mikill
fengur að fylgjast með.

"guðmóðir," sagði hann og var nú farinn að trúa því, hvort
sem hann sá hana eða ekki, hún gæti heyrt hann -
"guðmóðir, mér þætti betra að sjá veru eins og sjálfan mig.
Gætirðu ekki sýnt mér bara einn lítinn strák ? "

Skyndilega hrópaði flautandi flaut hann, jafnvel í gegnum
silfur eyru hans, og leit niður á við, sá hann byrja upp fyrir
aftan runna á sameign, eitthvað -

Hvorki kind né hestur né kýr - ekkert á fjórum fótum. Þessi
skepna átti aðeins tvö; en þeir voru langir, beinir og
sterkir. Og það var liðugur og virkur líkami og krullað
höfuð með svart hár. Þetta var strákur um aldur prinsins
sjálfs - en, ó! Svo öðruvísi. Andlit hans var næstum eins
rautt og hendur hans og lúinn hár var mattaður eins og aftur
á kindunum sem hann var að passa. En hann var frekar
flottur strákur; og virtist svo bjartur og heilbrigður og
„glettinn“, að litli prinsinn fylgdist með honum af mikilli
aðdáun.

"gæti hann komið og leikið við mig? Ég myndi detta til
jarðar til hans eða sækja hann til mín."

En skikkjan, yfirleitt svo hlýðin, óhlýðnaðist honum
núna. Það var greinilega nokkur atriði sem guðmóðir hans
gat eða vildi ekki gefa. Skikkjan hékk hátt í lofti og reyndi
aldrei að síga niður. Smalastrákurinn tók það fyrir stóran
fugl og skyggði á augun, leit upp á hann, snéri sér síðan við
og teygði sig því hann hafði verið hálf sofandi og
hundurinn hans hafði gætt sauðanna.

Kallinn kallaði á hundinn og þeir byrjuðu saman í hlaupi
yfir akrana. Prins dolor fylgdist með þeim með miklum

spenningi, um stund, þá óx sætu, fölu andlitið smávægilegra, varirnar fóru að skjálfa og augun fylltust.

"hvað það hlýtur að vera gaman að hlaupa svona!" sagði hann lágt og hugsaði að aldrei - nei, aldrei í þessum heimi - myndi hann geta gert það sama.

"ég held að ég hefði frekar ekki litið á hann aftur," sagði vesalings litli prinsinn og dró sig aftur inn í miðju skikkjunnar og tók aftur uppáhalds líkamsstöðu sína, sat eins og tyrki, með handleggina vafna um svaka ónýta fæturna.

"þú ert mér ekki góður," sagði hann og klappaði þeim dapurlega. "þú munt aldrei verða neitt góð við mig. Ég velti fyrir mér hvers vegna ég á þig yfirleitt; ég velti fyrir mér af hverju ég fæddist yfirleitt, þar sem ég átti ekki eftir að alast upp eins og aðrir litlir strákar."

Prince dolor sat dágóða stund þannig og virtist eldast árum saman á nokkrum mínútum.

Þá hugsaði hann um að skikkjan byrjaði að rokka varlega til og frá, með róandi hreyfingu, eins og hann væri í faðmi einhvers; einhver sem ekki talaði, en elskaði hann og huggaði hann án orða.

Hann hafði komið sér fyrir svo að hann sæi ekkert nema himininn og hafði tekið af sér silfureyru, svo og gleraugu hans - hvað notaði annað hvort þegar hann hafði enga fætur til að ganga eða hlaupa? - upp að neðan hækkaði það ljúffengur hljómur.

Þið hafið heyrt það hundruð sinnum, börnin mín, og ég líka. Þegar ég var barn hélt ég að það væri ekkert svo ljúft; og ég held það enn. Það var bara söngur larka, sem

hækkaði hærra og hærra, þar til hann kom svo nálægt að
prince dolor gat greint skjálfandi vængi sína og pínulítinn
líkama, næstum of lítill til að innihalda slíkt gus af tónlist.

"ó, fallegi fallegi fuglinn þinn!" hrópaði hann; "mér þætti
vænt um að taka þig inn og kúra þig. Það er, ef ég gæti - ef
ég þorði."

Hann var svo niðursokkinn að hann gleymdi allri eftirsjá og
sársauka, gleymdi öllu í heiminum nema litla lerkinu og
hann var bara að velta því fyrir sér hvort hann myndi svífa
út fyrir sjón, þegar hann lokaði vængjum skyndilega, eins
og lerkir gera þegar þeir ætla að detta til jarðar. En í stað
þess að detta til jarðar datt það niður í bringu litla
drengsins.

Þegar hann kom auga á vonlausan turn sló sársaukafull
hugsun á hann.

"fallegi fuglinn minn, hvað á ég að gera við þig? Ef ég fer
með þig inn í herbergið mitt og loka þig þarna inni, þá
deyrðu örugglega því ég heyrði hjúkrunarfræðinginn minn
segja einu sinni að það fínasta sem hún át á ævinni væri
lerkikaka ! "

Litli drengurinn titraði við tilhugsunina og á annarri mínútu
hafði hann gert upp hug sinn.

"nei, fuglinn minn, ekkert svo hræðilegt mun koma fyrir
þig ef ég get hjálpað honum; ég vil frekar gera án þín að
öllu leyti. Fljúga í burtu, elskan mín! Bless bless, kát fugl."

Opna tvær kærulausar hendur sínar, þar sem hann var búinn
að brjóta hann saman, hvað varðar verndina, lét hann lerkið
fara. Það dvaldist í mínútu, sat á skikkjubrúninni og horfði
á hann með nær mannlegri eymsli; þá flaug það.

En, einhvern tíma eftir, þegar dolor prins hafði borðað
kvöldmáltíðina sína og farið að sofa, heyrði hann
skyndilega fyrir utan gluggann svolítið daufa sálu - daufa
en káta - þó að það væri um miðja nótt.

Elsku litli lerkurinn, hann hafði ekki flogið eftir allt saman,
heldur hafði verið um turninn og hann hlustaði á söng hans
og fór að sofa mjög ánægður.

Aftur að innihaldi

Kafli vii.

Eftir þessa ferð sem hafði valdið prinsinum svo miklum
sársauka hafði löngun hans til að sjá heiminn einhvern
veginn dofnað. Hann lét sér nægja að lesa bækurnar sínar
og horfa út um turngluggana og hlusta á ástkæra litla
lerkinn sinn sem hafði komið heim með honum þennan dag
og hafði aldrei yfirgefið hann aftur.

Satt, það hélt utan um veginn; en þó að hjúkrunarfræðingur
hans heyrði það stundum dauft og sagði: "hvað er þessi
skelfilegi hávaði úti?" hún fékk aldrei daufasta tækifæri til
að gera lerkið að tertu.

Allan veturinn fagnaði litli fuglinn og skemmti
honum. Hann þurfti varla meira - ekki einu sinni
ferðakápuna hans, sem lá óséður í horni, bundinn í mörgum
hnútum.

Prins dolor var nú stór strákur. Ekki hár - því miður! Hann
gat aldrei verið það, með litlu fátæku krumpuðu
fæturna. En hann var traustur og sterkur, með miklar
traustar axlir og vöðvastælta handleggi, sem hann gat
sveiflað sér um næstum því eins vel og api. Andlit hans var

líka mjög myndarlegt; þynnri, fastari, karlmannlegri; en samt ljúft andlit bernsku sinnar - andlit móður hans sjálfs.

Strákurinn var ekki heimskur strákur heldur. Hann gat lært nánast hvað sem hann valdi - og hann valdi, sem var meira en helmingur bardaga. Hann hætti aldrei við kennslustundir sínar fyrr en hann hafði lært þá alla - aldrei talið það refsingu að hann þyrfti að vinna í þeim og að þeir kostuðu hann stundum vandræði.

"en," hugsaði hann, "menn vinna, og það hlýtur að vera svo stórkostlegt að vera maður; - prins líka, og ég hef ímynda mér, að höfðingjar vinni meira en allir - nema konungar. Prinsarnir, sem ég les um, breytast almennt í konunga. I furða "- strákurinn var alltaf að spá -„ hjúkrunarfræðingur "- og einn daginn brá hann við henni með skyndilegri spurningu -„ segðu mér - á ég einhvern tíma að verða konungur? "

Konan stóð, ráðalaus umfram tjáningu. Svo langur tími var liðinn frá glæp hennar - ef það var glæpur - og dómur hennar, að hún hugsaði nú sjaldan um hvorugt. Hún hafði jafnvel vanist refsingum sínum. Og litla prinsinn sem hún fyrst hataði, hún hafði lært að elska - að minnsta kosti nóg til að vorkenna honum.

Prinsinn tók eftir því að tilfinning hennar gagnvart honum var að breytast og dróst ekki frá henni.

„hjúkrunarfræðingur - elsku hjúkrunarfræðingur,“ sagði hann einn daginn, „ég er ekki að meina þig, en segðu mér - hvað er konungur? Á ég einhvern tíma að verða einn?“

Þá kom hugmyndin að henni - hvaða skaði væri það, jafnvel þó að hann þekkti sína sögu? Kannski ætti hann að vita það - því að miklar breytingar höfðu orðið á nomanslandi eins og í flestum öðrum löndum. Eitthvað gæti gerst - hver gæti sagt það? Hugsanlega væri enn sett króna á þessar fallegu, fallegu krulla - sem hún fór að hugsa fallegri en nokkru sinni þegar hún sá ímyndaða kórónu á þeim.

Hún settist niður og hugleiddi hvort eið hennar, „að segja aldrei orð til prins dolor um sjálfan sig," væri brotin, ef hún tæki blýant og skrifaði, hvað var að segja. Þetta var ömurleg blekking. En þá, hún var óhamingjusöm kona, meira að vorkenna en að hæðast að.

Eftir langan efa lagði hún fingurinn að vörunum og tók skífuna af prinsinum - með svamp sem var bundinn við það, tilbúinn til að nudda rithöndina á einni mínútu - hún skrifaði:

"þú ert konungur."

Prins dolor byrjaði. Andlit hans fölnaði og skolaði síðan út um allt; augun glitruðu; hann hélt sér uppréttum. Haltur sem hann var, sá hver sem er að hann fæddist til að vera konungur.

"uss!" sagði hjúkrunarfræðingurinn þegar hann var farinn að tala. Og svo, hræðilega hrædd allan tímann, skrifaði hún niður í nokkrar setningar, sögu hans. Hvernig foreldrar hans voru látnir, hvernig frændi hans hafði stolið hásætinu og sent hann til að enda daga sína í þessum einmana turni.

„ég líka," bætti hún við og brast í grát. "nema þú gætir örugglega komist út í heiminn og barist fyrir réttindum þínum eins og maður. Og barist fyrir mér líka, prinsinn minn, að ég megi ekki deyja á þessum auðna stað."

„aumingja gamla hjúkrunarfræðingurinn,“ sagði drengurinn
blíðlega. Því einhvern veginn, strákur eins og hann var,
þegar hann heyrði að hann fæddist til að vera konungur,
leið honum eins og maður - eins og konungur - sem hafði
efni á að vera blíður af því að hann var sterkur.

Hann svaf varla um nóttina og hlustaði varla á söng
lerkisins. Mikilvægari hlutir voru í hans huga.

"býst við," hugsaði hann, "ég ætti að fara í heiminn, sama
hvað það særir mig. Fólkið gæti aðeins hlegið að mér, en
samt gæti ég sýnt þeim að ég gæti gert eitthvað. Hvað sem
því líður gæti ég farið og sjáðu hvort það væri eitthvað fyrir
mig að gera. Guðmóðir, hjálpaðu mér! "

Það var svo langt síðan hann hafði beðið um hjálp, að hann
var varla hissa þegar hann fékk ekkert svar. Hann spratt út
úr rúminu, klæddi sig og stökk til hornsins þar sem
ferðakápan hans lá og velti henni upp.

Þá stökk hann í miðju þess, sagði sjarma sinn og var strax
kominn út um þakgluggann.

"bless, ansi larkur!" hrópaði hann þegar hann fór framhjá
honum á vængnum. "þú hefur verið ánægja mín, nú verð ég
að fara að vinna. Syngja fyrir gamla hjúkrunarfræðinginn
þar til ég kem aftur aftur. Bless"

En þegar skikkjan hékk hreyfingarlaus í lofti mundi hann
skyndilega að hann hafði ekki gert upp hug sinn hvert hann
ætti að fara - vissulega vissi hann það ekki og enginn var að
segja honum það.

"guðmóðir," hrópaði hann, "þú veist hvað ég vil. Segðu mér
hvert ég ætti að fara; sýndu mér hvað sem ég ætti að sjá -
sama hvað mér líkar."

Þessi ferð var ekki til ánægju eins og áður. Hann var nú ekki barn, að gera ekkert nema að leika. Menn vinna, þetta vissi mikill prinsolía. Þegar skikkjan byrjaði, yfir ísköldum fjallatoppum og auðnum skógum, brosandi sléttum og stórum vötnum, var hann oft frekar hræddur. En hann húkkaði sig niður og vafði sig upp í bjarnarskinnnum hans beið eftir því sem átti að gerast.

Eftir nokkurn tíma heyrði hann nöldur í fjarska og teygði hökuna yfir skikkjukantinn, dolor prins sá - langt, langt fyrir neðan hann, en þó með gullgleraugu og silfureyru á sér gat hann greinilega heyrt og séð - mikill borg!

Býst við að þú myndir sjá stóra borg upp úr loftinu; þar sem þú gætir tekið inn allt í einu með eyru og augu opin. Hvernig myndi það líta út? Hvernig myndi þér líða um það? Ég þekki mig varla. Gerirðu það?

Prins dolor var jafn ráðvilltur og blindur maður sem er skyndilega látinn sjá.

Hann horfði niður á borgina fyrir neðan sig og lagði síðan hönd sína yfir augun.

"ég þoli ekki að horfa á það, það er svo fallegt - svo hræðilegt. Og ég skil það ekki - ekki smá. Ég vildi að ég hefði einhvern til að segja mér frá því."

"ert þú? Þá skaltu biðja tala við mig."

Röddin sem tísti þetta svar kom frá miklum svörtum og hvítum fugli sem flaug í skikkjuna og byrjaði að ganga hring og hring á jaðri hennar með virðulegu skrefi.

"ég hef ekki heiðurinn af kunningja þínum," sagði
strákurinn kurteislega.

"ég heiti töframaður og ég mun vera fús til að segja þér allt
sem þú vilt vita. Fjölskyldan mín er mjög gömul. Við
höfum byggt í þessari höll í mörg ár. Ég þekki vel til
konungs, drottningar og litlu höfðingjanna. Og prinsessur -
líka heiðursmeyjarnar og allir íbúar borgarinnar. Ég tala
mikið, en ég tala alltaf skynsamlega og ég þori að segja að
ég muni nýtast fátækum, litlum, fávísum strák eins og þér. "

„ég er prins," sagði hinn varlega.

"allt í lagi. Og ég er meistari."

Hún settist að olnboga hans og byrjaði að þvælast í burtu
og benti með einum grannkló á hvern áhugaverðan hlut,
trúði greinilega, eins og eflaust allir íbúar þess gerðu, að
það væri engin borg í heiminum eins og hin mikla
höfuðborg nómanlands.

Mag sagði að þetta væri fínasta borg í heimi en það væru
nokkur atriði í henni sem komu dolor prins á óvart. Annar
helmingurinn virtist svo ánægður og ánægður og hinn
helmingurinn var svo fátækur og vansæll. „ég myndi reyna
að gera það aðeins jafnara ef ég væri konungur," sagði
hann.

"en þú ert ekki konungur," skilaði meistarinn hátíðlega. "á
ég að sýna þér konungshöllina?"

Þetta var stórkostleg höll sem þekur marga hektara
jarðar. Það hafði verönd og garða; vígi og turn. En síðan
drottningin dó hafði gluggunum sem hún horfði á fallegu
fjöllin í gegn verið lokað og farið upp um borð. Herbergið
var svo lítið að engum var sama um að nota það.

"ég myndi vilja sjá konunginn," sagði dolor prins, og þegar
hann talaði flaug mag niður á höllarþakið, þar sem skikkjan
hvíldi, settist niður á milli hinna miklu reykháfa eins
þægilega og á jörðu niðri. Mag gabbaði á flísarnar með
gogginn og strax opnaðist lítið gat, eins konar hurð, sem
hægt var að sjá greinilega í hólfinu fyrir neðan.

„sprettu nú niður á hnén og kíktu á tign hans.“

Hann lyfti upp þunnri, grannri hendi sinni og það kom þögn
yfir mikla mannfjöldann strax. Síðu.
Skoða stærri mynd
Prinsinn horfði áhugasamur niður, inn í stórt herbergi,
stærsta herbergi sem hann hafði séð, með húsgögn og
klæðningar stórfenglegra en nokkuð sem hann gat ímyndað
sér. Sólargeisli barst yfir teppið og það leit út eins og
blómabeð.

"hvar er konungurinn?" spurði gáttaði strákurinn.

"þarna," sagði magi og benti með einum hrukkóttum kló í
stórkostlegt rúm, nógu stórt til að innihalda sex manns. Í
miðjunni á henni alveg beinn og enn með höfuðið á
blúndukoddanum lá lítil mynd, eitthvað eins og vaxverk,
sofandi. Það voru fjöldi glitrandi hringa á litlu gulu
höndunum; augun voru lokuð og nefið leit skarpt og þunnt
út og langa gráa skeggið faldi munninn og lá yfir
bringunni. Tvær litlar flugur sem buðu um gluggatjöld
rúmsins var eina hljóðhljóðið.

"er það konungur?" hvíslaði prins dolor.

„já,“ svaraði fuglinn.

Hann hafði verið reiður síðan hann komst að því hvernig
frændi hans hafði tekið kórónu og fannst eins og konungur
eins og hann væri, hann vildi slá hann, þennan mikla, sterka
vonda mann.

Af hverju, þú gætir eins hafa slegið barn! Hversu máttlaus
hann lá! Með lokuð augu og aðgerðalausar hendur lagðar
saman; þeir höfðu ekki meira verk að vinna, slæmt eða gott.

"hvað er málið með hann?" spurði prinsinn.

„hann er dáinn," sagði magpie með kverk.

Nei, það var ekki síst notið í því að vera reiður út í hann
núna. Þvert á móti vorkenndi prinsinn honum næstum.

"hvað eigum við að gera núna?" spurði meistarinn. "það er
ekkert miklu meira að gera með tign hans, nema jarðarför.
Gerum ráð fyrir að við svífum upp aftur í öruggri fjarlægð
og sjáum þetta allt. Það verður svo skemmtilegt. Það verður
frábær röð í borginni og ég velti fyrir mér hver við skal
hafa í hans stað? "

"hvað verður skemmtilegt?"

"bylting."

Um leið og dómkirkjuklukkan byrjaði að tolla og mínútu
byssurnar að skjóta og tilkynntu konungdæminu að það
væri án konungs safnaðist fólkið saman í
mannfjölda. Nöldrið steig af og til upp í hróp, og hrópið í
öskra. Þegar prinsinn litur, hljóðlega svífur um efri loftið,
náði hljóði mismunandi og andstæðu gráta þeirra, virtist
honum eins og öll borgin hefði orðið vitlaus saman.

"lengi lifi konungurinn!" "konungur er dáinn - niður með
konungi!" "niður með kórónu og konungur líka!" "húrra
fyrir lýðveldinu!" "húrra fyrir engri ríkisstjórn yfirleitt."

Slík voru hrópin sem komu upp til hans og hófust síðan,
ó! Þvílík sena! Landið var í byltingu. Hermenn voru að
skjóta niður hundruð manna á götunum, vinnupallar voru
að rísa, höfuð fella, hús brunnið og konur og börn myrt.

Prins dolor sá þetta allt. Hlutirnir gerðust svo hratt hver á
eftir öðrum að hann missti næstum vitið.

„ó, leyfðu mér að fara heim,“ hrópaði hann að lokum,
stoppaði eyrun og lokaði augunum, „leyfðu mér bara að
fara heim!“ því jafnvel einmana turninn hans og sljóleiki
hans og þögn var algjör paradís eftir þetta.

Prins dolor féll í eins konar svun og þegar hann vaknaði
fann hann sig í eigin herbergi.

Aftur að innihaldi

Kafli viii.

Næsta morgun þegar dolor prins vaknaði skynjaði hann að
herbergið hans var tómt.

Mjög óþægilegt fannst honum auðvitað; og bara svolítið
hrædd. Sérstaklega þegar hann fór að hringja aftur og aftur,
en enginn svaraði.

"hjúkrunarfræðingur - elsku hjúkrunarfræðingur - komdu
endilega aftur!" kallaði hann út. "komdu aftur, og ég verð
besti strákurinn í öllu landinu."

Og þegar hún kom ekki aftur, og ekkert nema þögn svaraði harmakalli hans, fór hann næstum að gráta.

"þetta mun ekki gera," sagði hann að lokum og rak tárin úr augunum. "þetta er alveg eins og barn, og ég er stór strákur - skal vera karl einhvern tíma. Hvað hefur gerst, ég velti fyrir mér? Ég fer og sjá."

Hann spratt úr rúminu og skreið á milli hné frá herbergi til herbergis.

"hvað í ósköpunum á ég að gera?" hugsaði hann og settist niður á miðju gólfinu, hálf hallaði sér að trúa að betra væri að gefast upp að öllu leyti, leggja sig og deyja.

Þessi tilfinning entist þó ekki lengi. Hann stökk upp og leit út um gluggann. Engin hjálp þar. Í fyrstu sá hann aðeins breið dökkan sólgljáandi sléttuna. En, við og við, í leðjunni í kringum botninn á turninum sá hann greinilega merki fótanna á hestum og bara á þeim stað þar sem heyrnarlaus málleysinginn batt alltaf sinn mikla svarta hleðslutæki, þar lágu leifar af knippi af heyi.

"já, það er það. Hann er kominn og farinn og tekur hjúkrunarfræðing með sér. Aumingja hjúkrunarfræðingurinn! Hversu ánægð hún hlýtur að hafa verið að fara!"

Þetta var fyrsta hugsun prins dolors. Önnur hans var reiði yfir grimmd hennar.

Hann ákvað að það væri auðveldara að deyja hér einn en úti í heimi, meðal hinna hræðilegu athafna sem hann hafði nýlega séð.

Heyrnarlaus málleysinginn var kominn - á einhvern hátt til
að gera hjúkrunarfræðinginn skiljanlegan að konungurinn
væri dáinn og að hún þyrfti ekki að óttast að fara aftur til
höfuðborgarinnar.

"ég vona að hún muni njóta þess," sagði prinsinn.

Og þá sló eins konar iðrun hann fyrir að hafa fundið svona
sárt í átt til hennar, eftir öll árin sem hún hafði séð um hann
- með andstyggð, kannski, samt, hún hafði séð um hann.

Í annað sinn reyndi hann að klæða sig og gera síðan allt
sem hann gat fyrir sig - jafnvel til að sópa eldstæði og setja
á sig fleiri kol.

Hann hugsaði þá um guðmóður sína. Ekki að hringja í hana
eða biðja hana um að hjálpa sér - hún hafði greinilega
yfirgefið hann til að hjálpa sér og hann var staðráðinn í að
reyna eftir fremsta megni að vera það, enda mjög stoltur og
sjálfstæður drengur - en hann minntist hennar með hlýju.

Eftir fyrstu örvæntingu sína var hann þægilegur og glaður í
einveru sinni, en þegar það var kominn tími til að fara að
sofa var hann mjög einmana, meira að segja litli lerkurinn
hans þagði og varðandi ferðakápuna, annað hvort hugsaði
hann aldrei um það, eða annars hafði það verið dregið í
burtu - því að hann notaði það ekki né reyndi að gera það.

Sjötta daginn hafði dolor prins undarlega nægjusaman svip
í andlitinu. Komast út úr turninum sem hann gat
ekki; stiginn sem heyrnarlausi málleysinginn notaði var
alltaf borinn aftur og matur hans var næstum horfinn. Svo
hann ákvað að deyja. Ekki að hann vildi deyja; þvert á
móti, það var mikið sem hann vildi lifa að gera. Að deyja
virtist ekki svo mjög hræðilegur; ekki einu sinni að ljúga

hljóðlega eins og frændi hans, sem hann hafði fyrirgefið alveg núna.

"gerðu ráð fyrir að ég væri orðinn maður og hefði haft verk að vinna og fólki til að sjá um og var svo gagnlegur og upptekinn að þeim líkaði vel við mig og gleymdi mér kannski að ég væri haltur. Þá hefði það verið fínt að hafa lifað held ég, "og tár komu í litla náungann. Þá heyrði hann lúðra, einn af þeim miklu silfurlúðrum sem svo dáðir voru í nomanslandi. Ekki skemmtilega tónlist, en mjög djörf og glæsileg.

Fátæka dæmda konan hafði alls ekki verið svona vond kona. Um leið og hún heyrði af dauða konungs, sannfærði hún heyrnarlausa málleysingjann til að taka hana með sér og þeir runnu eins og vindurinn frá borg til borgar og dreifðu alls staðar fréttirnar um að dauði og greftrun dolors hefði verið uppfinning samsuða af vondum föðurbróður sínum - að hann væri á lífi og hefði það gott og göfugasti ungi prinsinn sem fæddist.

Þetta var djörf högg en það tókst. Fólk stökk á hugmynd þessa prinsa, sem var sonur seint góðs konungs þeirra og drottningar.

"húrra fyrir höfðingja dolor! Láta hann vera konungur okkar!" hringdi frá enda til enda ríkis. Þeir voru staðráðnir í að láta hann ríkja yfir sér. Í samræmi við það var ekki seinna látinn konungur í gröf sinni en þeir sögðu hann úthverfa; vék allri fjölskyldu sinni út úr höllinni og lét hana vera tóma fyrir móttöku nýja fullveldisins, sem þeir fóru að sækja með miklum fögnuði.

Þeir fögnuðu honum með ánægju, eins og höfðingi og konungur, gengu á kné fyrir honum og færðu honum kórónu.

"já," sagði hann, "ef þú vilt það, þá verð ég konungur þinn.
Og ég mun gera mitt besta til að gleðja þjóð mína."

"ó!" sagði hann, "ef ég gæti aðeins séð elsku guðmóður
mína áður en ég fer." hann horfði dapur upp að loftljósinu,
þaðan sem streymdi sólargeisla eins og brú milli himins og
jarðar. Rann niður það, kom litla konan í gráum lit.

Hann rétti út faðminn í fúsri ánægju.

"ó, guðmóðir, þú hefur ekki yfirgefið mig!"

"alls ekki sonur minn. Þú hefur kannski ekki séð mig, en ég
hef séð þig oft."

"hvernig?"

"ó, sama. Ég get breyst í hvað sem ég þóknast, þú veist."

„lark, til dæmis," hrópaði dolor prins.

„eða magpie," svaraði hún með höfuðlíkingu af krækilegri
rödd magans.

"þú munt ekki yfirgefa mig núna þegar ég er konungur?
Annars hafði ég frekar ekki verið konungur," sagði hann.

Litla gamla konan hló glaðlega. "yfirgefðu þig? Það er
ómögulegt. En nú verð ég að fara. Bless! Opnaðu gluggann
og út fljúga ég."

Prins dolor reyndi að halda guðmóður sinni föstu, en til
einskis. Bankað var á hurðina og litla konan hvarf.

Guðmóðir hans hjálpaði honum úr mörgum erfiðleikum því
það var aldrei svo vitur gömul kona.

Hann var mjög glaður og sáttur; í fyrsta lagi vegna þess að
hann tók þjáningu sinni þolinmóð; í öðru lagi, vegna þess
að vera hugrakkur maður, bar hann það hraustlega. Þess
vegna ólst öðru fólki svo vel að honum, að ég held að
hundruð þegna hans hefðu fundist sem voru næstum
tilbúnir til að deyja fyrir aumingja lama konunginn sinn.

Hann gerði margt ágætlega, sem undraði þegna hans
svolítið. Í fyrsta lagi náðaði hann hina dæmdu konu, sem
hafði verið hjúkrunarfræðingur hans og skipaði að það
skyldi ekki vera neitt sem heitir dauðarefsing í nómanlandi.

Þá valdi hann elsta son elsta frænda síns, hljóðlátan, lítt
áberandi dreng, til að mennta sig sem háseta.

Þegar fram líða stundir, þegar litli prinsinn var orðinn að
hávöxnum ungum manni, festi dólor konungur dag þegar
þjóðin ætti að koma saman á stóra torgi höfuðborgarinnar
til að sjá prinsinn unga settan hátíðlega í nýjum skyldum
sínum.

Konungur lyfti upp þunnri grannri hendi sinni og það kom
þögn yfir hinn mikla mannfjölda strax þegar hann lýsti
heitunum sem gerðu unga prinsinn að konungi.

Mitt fólk sagði hann, ég er þreyttur; ég vil hvíla mig; það er
kominn tími fyrir mig að fara og ég held að ég komi ekki
aftur. Hann dró smá búnt úr brjóstvasanum. Þá, svo
skyndilega að jafnvel þeir sem voru næst hátign hans gátu
ekki sagt til um það, var konungur í burtu - svífur rétt upp í
loftið - yfir eitthvað sem þeir vissu ekki hvað. Hvert hann
fór eða hver fór með honum er ómögulegt að segja til um

það, en sjálfur trúi ég því að guðmóðir hans hafi farið með hann í ferðakápunni sinni til fallegu fjalla.